Ang Aking Nanay ay Kamangha-mangha

My Mom is Awesome

Shelley Admont

Iginuhit ni Amy Foster

www.kidkiddos.com

Copyright©2014 by S.A. Publishing ©2017 by KidKiddos Books Ltd.

support@kidkiddos.com

All rights reserved. No part of this book may be reproduced in any form or by any electronic or mechanical means, including information storage and retrieval systems, without written permission from the publisher or author, except in the case of a reviewer, who may quote brief passages embodied in critical articles or in a review.

First edition, 2016

Translated from English by Melissa S. Lobo

Isinalin mula sa wikang Ingles ni Melissa S. Lobo

Library and Archives Canada Cataloguing in Publication Data

My mom is awesome (Tagalog English Bilingual Edition)/ Shelley Admont

ISBN: 978-1-77268-813-9 paperback

ISBN: 978-1-77268-814-6 hardcover

ISBN: 978-1-77268-812-2 eBook

Please note that the Tagalog and English versions of the story have been written to be as close as possible. However, in some cases they differ in order to accommodate nuances and fluidity of each language.

Although the author and the publisher have made every effort to ensure the accuracy and completeness of information contained in this book, we assume no responsibility for errors, inaccuracies, omission, inconsistency, or consequences from such information.

Para sa mga kamangha-mangha kong mga anak-S.A.

For my awesome kids-S.A.

Pagbati! Ako ito, si Liz.
Hi, it's me, Liz.

Alam mo bang kamangha-mangha ang aking nanay?
Did you know my Mom is awesome?

Oo, siya ay kamangha-mangha! Siya ay matalino at masayahin, malakas at pasensyosa, mabait at maganda — nakakamangha talaga siya.
Well, she is! She is smart and funny, strong and patient, kind and beautiful — she's amazing!

"Magandang umaga, anak! Oras na para bumangon!" Narinig ko ang isang malambing na bulong.

"Good morning, sunshine! It's time to rise!" I hear a soft whisper in my ear.

Iyon ang aking nanay, ginigising na niya ako.

That's my mom, waking me up.

Binigyan niya ako ng napakaraming munting mga halik at mahihigpit na mga yakap, ngunit hindi ko pa rin mabuksan ang aking mga mata.

She gives me a million gentle kisses and hugs me tight, but I still cannot open my sleepy eyes.

"Nanay, gusto ko pang matulog," mahinang bulong ko. "Isang minute na lang, pakiusap."

"Mommy, I want to sleep," I mutter quietly. "Just for one more minute, please."

Hinalikan niya pa ako ng marami, ngunit hindi pa rin ako magising.

She kisses me more and more, but it doesn't help.

Kaya pinasan na lamang niya ako papunta sa banyo. Napakalakas ng aking nanay.

So she gives me a piggyback ride to the bathroom. She is so strong, my mom.

Ipinagpatuloy niya lang ang paghalik at kiniliti niya pa ako hanggang sa tumawa na ako ng malakas.

She keeps kissing and tickling me until I start laughing hard.

Ngumiti si nanay. Napakaganda niya talaga. Gusto ko ang bestida niya, ang sapatos niya, at ang kanyang buhok.
Mom smiles. She is really beautiful. I like her dresses, her shoes, and how she does her hair.

"Maaari mo po ba akong ayusan ngayon?" tanong ko na may kislap ng pakiusap sa aking mga mata. "Iyong nakita po nating tirintas sa telebisyon kahapon, maaari po bang ganon ang gawin niyo sa akin?"
"Can you make me something fancy today?" I ask, a glimmer of hope in my eyes. "The braid we saw yesterday on the TV show, can you do something like that?"

Alam kong kaya niyang gawin ang kahit na ano. Ang nanay ko ay kamangha-mangha.
I know that she can do anything. My mom is awesome.

Kahit na hindi niya pa alam kung paano iyon gawin, sinusubukan niya lang ng paulit-ulit hanggang sa magtagumpay siya. Hindi siya sumusuko.
Even if she doesn't know how to do something at first, she continues to try until she succeeds. She never gives up.

Sabik na akong pumasok sa eskwelahan sa bago kong buhok. Nahihinuha ko na ang mga magiging reaksyon ng aking mga kamag-aral. Paniguradong magugustuhan ni Amy ang buhok ko.

I'm so thrilled to go to class with my new hair. I can already imagine my friends' reactions. I'm sure Amy will love it.

"Ang ganda naman ng buhok mo! Nakita ko rin yan sa telebisyon kahapon!" sabik na sabi sa akin ni Amy. "Sino ang nagtirintas sa iyo."

"Your hairstyle is so cool! I saw the same one on TV yesterday!" Amy jumps with excitement. "Who made it?"

"Ang aking nanay!" pagmamalaki ko.

"My mom!" I say proudly.

Habang binubusisi ni Amy ang aking buhok, nagsidatingan pa ang ibang mga batang babae.

As Amy starts exploring my hairstyle closely, more and more girls join her.

"Binaligtad na tirintas iyan!" ang bulalas ni Amy makalipas ang ilang minuto, "At mas maganda pa!"

"It's a reversed braid!" Amy announces, after a couple of minutes. "With a twist!"

Narinig ko pa ang ilang mga boses, "Ang galing! Siguro ang tagal gawin niyan!"

I hear other voices. "It's so cool!" "It looks complicated!" "It probably took a lot of time!"

Sa wakas ay natanong ni Amy, "Maaari mo bang sabihin sa iyong nanay na turuan niya ang nanay ko kung paano gawin ang tirintas na iyan?"

Finally Amy asks, "Can you ask your mom to teach my mom to make this braid?"

"Oo naman! Siya…" panimula ko, ngunit tumunog ang kampana ng paaralan at pumasok na sa silid-aralan si Ginoong Z.

"Sure! She…" I start to say, but the bell interrupts me and Mr. Z enters the class.

Kadalasan, gusto ko ang matematika ngunit ngayong araw ay hindi.

Usually I love math, but today it's just terrible.

"Pag-aaralan natin ngayon ang tungkol sa praksyon," sabi ni Ginoong Z, habang may iginuguhit siya sa pisara na hindi ko maintindihan.
"We are going to learn about fractions," says Mr. Z, while filling the board with strange drawings.

Bakit napakakumplikado naman? Kalahati, ikatlong hati at ikaapat ...parang sasabong na ang ulo ko.
Why is it so complicated? Halves, thirds and fourths ... my head is going to explode.

Ngunit hindi ako sumuko. Nagtanong ako tulad ng itinuro sa akin ng nanay ko.
I don't give up though; I ask questions, exactly like my mom would do.

Ipinaliwanag ulit ni Ginoong Z ang aralin at ipinapanood niya sa amin ang isang nakakaaliw na bidyo na tungkol sa mga praksyon.
Mr. Z explains one more time and after, he shows us a fun video about fractions.

"Ngayon ay maglalaro naman tayo" sabi niya. "Maghahanap tayo ng mga praksyon sa silid-aralan."
"Next, we'll play a game," he announces. "We'll find fractions in our classroom."

Sa tingin ko ay naiintindihan ko na nang mas maigi ang mga praksyon ngayon ngunit nalilito pa rin ako sa mga numero.

I think I understand fractions much better now, but I still don't feel comfortable with all these strange numbers.

Nang oras nang reses ay pumunta kami ni Amy sa paborito naming palaruan — ang lambaras. Gustung-gusto kong umakyat at sumabit ng nakabaligtad doon.

At recess Amy and I run to our favorite place to play. The monkey bars! I love to climb up and hang upside-down.

Ngunit nang papunta na kami doon ay natamaan ko ang ilang mga matatalas na damo at napunit ang aking pantalon sa may parteng tuhod.

But today on my way to the monkey bars, somehow my jeans get caught in a bush and tear right on my knee.

Mangiyak-ngiyak ako. "Ito ang paborito kong pantalon. Tingnan mo, ang laki ng punit."

I almost burst into tears. "These are my favorite pair of jeans. Look, the tear is huge."

Sa wakas ay nakauwi na ako at kakauwi lang din galing sa trabaho ni nanay. Lagi niyang naiintindihan ang nararamdaman ko.

Finally I'm home and Mom's back from work. She always understands what I feel.

"Kumusta ang araw mo, anak?" puno ng pagkalinga ang boses niya. Niyakap niya ako at tinanong niya nang paulit-ulit hanggang sa magkwento ako sa kanya.

"How was your day, sweetie?" her voice full of care. She wraps me in her arms and continues asking questions until I share everything with her.

Ikinwento ko sa kanya lahat mula sa praksyon, nung mapunit ang pantalon ko at kung papaano ako nadismaya dahil dito.

I spill to her all about fractions, the tear in my jeans and how frustrated I feel.

Laging may solusyon sa kahit na anong problema si nanay.

Mom always finds a solution to any problem.

"Anong hugis ang gusto mo para takpan ang punit? Puso o bituin?" Pinili ko ang malaking puso na kulay rosas.

"What shape do you want to cover your tear? Heart or star?" Of course I choose a large pink heart.

Tinakpan niya ng kulay rosas na hugis puso ang punit sa pantalon ko upang walang makapansin na may butas iyon. Ang galing hindi ba?

She sews a heart-shaped patch over the hole on my torn jeans, so no one will notice the hole underneath. How cool is that?

"Salamat nanay," masayang bulalas ko. "Napakaganda na ngayon ng aking pantalon. Maglagay pa ulit tayo ng puso rito.

"Oh, thank you, Mommy," I exclaim happily. "These jeans look so fancy now. Let's put another patch here!"

Tinulungan ko si nanay na magtahi upang idisenyo ang bago kong pantalon.
We work together and design my new cool outfit.

Nagtahi pa kami ng mas maliit na puso sa pantalon ko at isang malaking puso sa damit ko.
We sew two smaller heart patches on my jeans and one larger heart on my T-shirt.

"Tingnan mo, ngayon ay mayroon ka ng magkapares na pantalon at damit," sabi niya.
"Look, now you have new jeans and a matching T-shirt," she says.

"Nanay, ikaw ang tagapagligtas ko!" sabi ko at niyakap ko siya ng mahigpit. Tawa kami nang tawa.
"Mom, you're my hero!" I announce, hugging her tight. We both start laughing loudly.

Dinala niya ako sa kusina. "Oras na para kumain ng matamis" gagawa tayo ng mga cupkeyk. Ngunit kailangan nating gumamit ng praksyon para magawa natin iyon.
Then she pulls me into the kitchen. "It's a time for something sweet. Let's make cupcakes. But we need to use fractions in order for this to work."

"Huwag kang matakot," malambing na sabi ni nanay. "Magtutulungan tayo."

"Don't be afraid," Mom says softly. "We'll make it together."

Huminga ako nang malalim at binuksan ang malaking libro ng mga resipe ni nanay.

I take a deep breath and open Mom's big cooking book.

"Para sa limang cupkeyk, kailangan ng sangkapat na tasa ng harina," basa ko.

"For five cupcakes you'll need a quarter cup of flour," I read.

"Gagawa tayo ng labinlimang cupkeyk para rin sa tatay mo," sabi ni nanay, "kaya kailangan natin ng..."

"We'll make fifteen cupcakes, for Daddy also," Mom says, "so we need..."

"Tatlong sangkapat na tasa ng harina!" tuwang tuwang sagot ko. "Napakadali."

"Three quarter cups of flour!" I exclaim happily. "It's easy!"

Pagsapit ng gabi, inayos na ni nanay ang higaan ko at kinumutan niya ako ng paru-parong kumot ko at sinabi niya, "Mahal kita, anak."

When the evening comes, Mom tucks me in my bed, covers me with my butterfly blanket and says, "I love you, pumpkin."

"Mahal din kita, nanay," bulong ko habang humihikab at papikit na ang mga mata. Habang iniisip ko ang mga magagandang nangyari ngayong araw, nakatulog na ako.

"I love you, Mommy," I whisper with a big yawn fluttering my eyes shut. As I think about the wonderful day we had, I fall asleep.

Nagising ako kinaumagahan dahil naramdaman ko ang munting mga halik sa aking mukha at isang malambing na boses ang narinig ko, "Magandang umaga, anak. Oras na para bumangon."

I wake up in the morning, because I feel warm kisses on my face and hear a gentle voice: "Good morning, sweetie. It's time to rise and shine."

Nakapikit pa ako ngunit ramdam kong malapit siya sa akin. Hinaplos niya ang buhok ko at napakasarap sa pakiramdam iyon.

My eyes are still closed but I feel her near me. She strokes my hair and it feels wonderful.

Mahal ko ang nanay ko, kamangha-mangha siya. Paglaki ko, gusto kong maging katulad niya!

I love my mom. She's awesome. When I grow up, I want to be exactly like her!

At hulaan mo? Kamangha-mangha din ang nanay mo. Siguraduhin mong yayakapin mo siya at ipapaaalam at ipaparamdam mo sa kanya kung gaano siya nakakamangha!

And guess what? Your mom is awesome too. Make sure to give her a hug to let her know how amazing she is!

www.ingramcontent.com/pod-product-compliance
Lightning Source LLC
Chambersburg PA
CBHW051302110526
44589CB00025B/2919